அன்புள்ள ஜிம்மிக்கு

எனதருமை நான்கு கால் நண்பனுக்கு

கா தீரன்

ஏலே பதிப்பகம்

அன்புள்ள ஜிம்மிக்கு – கதை
கா தீரன் © 2021
எழுத்தாளர்: கா தீரன்
முதல் பதிப்பு: பிப்ரவரி 2022

வெளியீடு:
ஏலே பதிப்பகம்
5/175, பாத்திமா நகர்,
கூத்தென்குழி,
திருநெல்வேலி – 627104
தொடர்புக்கு: 9944992571

Anbulla Jimmiku -Story
All Copy Rights Reserved By ©Ka deeran 2021
Author: Ka deeran
First Edition: February 2022

Published By:
Aelay Publish
5/175, Fathima nagar,
Kuthenkuly,
Tirunelveli -627104
Phone: 9944992571

Design And Executed by

ISBN : 978-93-5533-338-4
Page : 54

முன்னுரை:

என் எழுத்தில் குடிகொண்டிருக்கும் எனதருமை வாசக நண்பர்களுக்கு வணக்கம் ,தொடர்ந்து எனக்கு மாபெரும் ஆதரவைத்தந்து கொண்டிருப்பதற்கு உங்களுக்கு இதயம் கனிந்த நன்றிகள், காதல்கண்ணன் ,வெண்மதி வெண்மதியே நில்லு ,அரசியல் பழகு ,தீராத இரவு ,தந்திரமே தாரகம் என்று வித விதமான கதைக்களங்களிலேயே பயணிக்க திட்டமிட்ட நான் தற்பொழுது ஒரு சிறிய கதை எழுதி அதை உங்களிற்கு கொடுக்க ஆசைப்பட்டேன் இந்த கதை முழுக்க, முழுக்க நாய் குட்டி வளர்க்கும், பிரியர்களுக்காகவே எழுதப்பட்ட கதை

ஆதலால் உங்களது மகிழ்ச்சிகள், துக்கங்கள் கண்டிப்பாக இக்கதையில் வந்து வந்து போகலாம் உங்களது நான்கு கால் நண்பனும்,நண்பியும் உங்கள் நினைவிற்கு வரலாம் ,இக்கதை எனக்கும் எனது ஆசைகதாநாயகனான ஜிம்மிக்கும் நடந்தபாச போராட்டத்தை உங்கள் நினைவுகளில் நிறுத்தும் ,அதுமட்டுமில்லாமல் உங்களது பல ஜிம்மிகளும் உங்களுக்கு அந்த நினைவை கொடுக்கலாம்,ஜிம்மியும் நானும் பேசுவது போலவும் ,ஜிம்மி நம்முடன் அதன் ஏக்கங்களை பேசுவதுபோலவும் இரண்டு விதமான ஏக்கங்களை உங்கள் முன் நினைவில் கொண்டு வரும் ,ஒரு நாய் அதன் ஆயுள்காலம் முழுவதையும் நம்முடன் நமக்கு,விஸ்வாசமாகவே கழிக்கும் என்பது எவ்வளவு பெரிய நன்றியுணர்வு அல்லவா

நன்றி மறப்பது நன்றன்று நன்றல்லது
அன்றே மறப்பது நன்று

ஆம் பல நன்றியுள்ள நாய்க்குட்டிகளை நாம் வளர்த்திருந்தாலும்   ,அதில்   ஏதேனும் (ஒருவனே/ஒருத்தியே)நமது நெஞ்சை கெட்டியாக (பிடித்திருப்பான்   /பிடித்திருப்பாள்)அப்படி   ஒரு செல்லக்குட்டிதான்   என்   ஜிம்மி   அவன் செய்தசேட்டைகளையும்   அவன்   செய்த   அன்பு போராட்டங்களையும் ,நானும் ஜிம்மியும் வாழ்ந்த காலத்திற்கு சென்று படிக்கலாம் ,வாருங்கள் 2004 ஆம் ஆண்டிற்கு செல்லலாம்

பாகம் 1:

வாழ்க்கையில் பல நல்ல நினைவுகளையும் ,மோசமான நினைவுகளையும் சந்தித்த எனக்கு இந்த 2022 ல் எனது நினைவில் நீங்காத நண்பன் என்னுடைய தளபதி ,என்னுடைய ஆசை நாயகன் என்னுடைய நன்றியுள்ள நான்கு கால் நண்பன் ஜிம்மி நினைவுக்கு வந்தான், இத்தனை காலகட்டத்தில் நானே யாருக்கும் நன்றியுள்ளவனாக இருந்தேனா என்றால்???? நிச்சயமாக இல்லை

என் மனசாட்சிக்கே தெரியுமல்லவா ஆதலால் வெளிப்படையாகவே கூறிவிட்டேன் ,ஆனால் அவனோ அவன் இருந்தவரை அத்தனை நட்புணர்வானவானாகவும், நன்றியுள்ளவனாகவும் இருந்ததுதான் ஆச்சரியம்.

அதற்க்காகத்தான் கடவுள் அவனை படைத்த விதத்தை எண்ணி இப்பொழுது நன்றி கூறுகிறேன் ,எனக்கொரு மாபெரும் ஆச்சரியம் நன்றி கெட்ட மானிடர்கள் கூடவே அண்டம் தோன்றி தான் வாழ்ந்து கொண்டிருந்தாலும் இன்னும் நாய்களும் மற்ற விலங்கினங்களும் நன்றியுடனே

இருப்பதைதான் சொல்கிறேன் ,சமீபகாலமாக யானை நன்றி கூறியது ,டால்பீன்கள் நன்றி கூறியது என்று நாம் பல செய்திகளை இணையதளங்களில் கண்டோம் அல்லவா ???,

ஆம் அப்படி ஆகிவிட்டது மனிதகர்ளின் நிலை,மனிதர்கள் ஈவு இரக்கற்ற மிருகமாக மாறிவருகின்றனர், அதற்கு நேர்மாறாக மிருகங்கள் மனிதர்களை காட்டிலும் நட்புணர்வாகவும்,நன்றியுணர்வாகவும் மாறிக் கொண்டு வருவதையும்தான் கூறுகிறேன் ,

இப்படி என்னுள் அவனின் தாக்கம் ஏராளம் , அவனை போலவே தெருக்களிலும் ,எனது நண்பர்களின் இல்லங்களிலும் ராஜநடையில் சிங்கங்களாக காணப்படும்

எனதருமை நான்கு கால் நண்பர்களையெல்லாம் காணும்போது எனக்கே தோன்றும் ,அடேய் தளபதி நீ எங்குடா உள்ளாய், நீ இருந்தபோது நான் உன்னை நினைத்ததைவிட நீ இல்லாத போது உன் நினைவுகளில் நான் தவித்ததே அதிகம் என்று ,இவ்வாறு நான் செல்லுமிடமெல்லாமும் காணுமிடமெல்லாமும் அந்த பழைய உயிருக்கு உயிரான நண்பனான ,எனது தளபதி ஜிம்மியை நான் நினைத்துக்கொண்டுதான் இருக்கிறேன் ,இதைப்படித்துக்கொண்டிருக்கும்போது

கண்டிப்பாக உங்கள் தளபதியும்,தலைவியும் நினைவுக்கு வரலாம்,ஆக நாம் இப்படிதான் நமது நல்ல நண்பர்களை சந்தித்தும் ,இழந்தும் வருகிறோம் அதுதான் வாழ்க்கையின் நியதியும் கூட ,அந்த நான்கு கால் நண்பன் நமக்கு அறிமுகமாகும்போது இருந்த மகிழ்ச்சியை விட அவன் நம்மை விட்டு பரலோகம் செல்லும்போது ஏற்படும் வலியே மிகப்பெரிய வலி என்று நான் கூறுகிறேன் ,அனைவரும் அதை அனுபவித்திருக்கிறீர்கள் என்று உணருகிறேன் இப்படி

எனது வாழ்க்கை சென்று கொண்டிருக்கையில் இந்த தருணத்தில் நான் உங்களிடத்தில் எனது தளபதியான நமது கதையின் கதாநாயகனான ஜிம்மியை பற்றி இனி கூறுகிறேன் படிக்கும்போது உங்களது தளபதிகளையும் ,தலைவிகளையும் நினைவில் கொள்க ,இந்த கதை பல ஜிம்மிகளை இழந்துதவிக்கும் பல
தீரன்களுக்கு சமர்ப்பணம்

காலம் 2004 :
நான் அப்பொழுது நான்காம் வகுப்பு படித்துக்கொண்டிருந்தேன்,*Tv* யில் வரும் *VodaFone* நாய்களையும் ,*Pedgree* விளம்பரத்தில் வரும் *Goldenretriever ,labrator* இன நாய்களை வெகு மகிழ்ச்சியாக கண்டுகளித்துள்ளேன் இப்படி ஒரு

பிரியமுடன்
கா. தீரன்

நான்குகால் நண்பன் நமக்கு இருந்தால் எவ்வாறு இருக்கும் என்றுதான் எனது சிந்தனைகள் இருந்தது ,ஆனால் *Pomernian* இன நாய்களை கண்டு சிறிதுஅச்சம்கொள்வேன் அளவில் சிறியதாக பார்ப்பதற்கு அழகாக இருந்தாலும் அதற்கு கோபம் வந்துவிட்டால் அவ்வளவுதான் பிரபுதேவா /வடிவேலு இணைந்து நடித்த படத்தில் வரும் காமெடிபோல நம்மை துரத்தி துரத்தி கடித்து குதறிவிடும்

ஆதலால் அந்த இன நாய்களை பார்த்தாலே பயப்படுவேன் சற்று எரிச்சல் கொள்வேன் ,ஆனால் அந்த கால கட்டத்தில் *Pomernian* இன நாய்களே அதிக இல்லங்களில் விமரிசையாக வளர்க்கப்பட்டது குறிப்பாக இப்பொழுது *Labrator* இன நாய்களை விரும்பி வளர்க்கும் *2k* பெண்பிள்ளைகளை விட அப்பொழுது அடம்பிடித்து *Pomernian* இன நாயை வாங்கி வளர்த்த *80S ,90s* பெண்பிள்ளைகளே அதிகம் அவர்களின் சாதனை சம்பவங்களும் ஏராளம் இவ்வாறு *Pomernian* இன நாய்களின் ராஜாங்க காலம்தான் அந்த *2000 To 2005*

இவ்வாறு சென்றுக்கொண்டிருக்கையில் நான் நான்காவது படிக்கும்போது ஒரு தெருவில் வசிக்கும் நான்கு கால் நண்பன் என்னை துரத்தி துரத்தி கடித்த சம்பவமும் நடந்தது ,அந்த நான்கு

பற்பவைகள்
ஜா. திருவன்
12/01/2022

கால் நண்பர் ஏன் கடித்தார் தெரியுமா?? அவருக்கு அவவர்முன்பு மானிடர்கள் ஓடினாலோ மோட்டார் சைக்களில் வேகமாக சென்றாலோ பிடிக்காதாமாம் ,அன்று எனக்கு 7 1/2 போல நான் வான்டடாக நான்குகால் நண்பரின் கடிக்கு சிக்கிவிட்டேன் பிறகு என்ன என்னைவிட அந்த நண்பர் நலமாக உள்ளாரா என்றுதான் எனது அம்மா கவனிக்க எனது நண்பர்களை அதே தெருவிற்கு சற்று பார்த்துவர அனுப்பினார் ,அந்த நான்கு கால் நண்பர் மகிழ்ச்சியாக உலாவுகிறார் என்று என் நண்பர்கள் கூறிய பிறகே எனது அம்மா சற்று பெருமூச்சுவிட்டாள் ,ஏன் என்று நான் கேட்டேன் ,அதற்கு அவள் கூறினால் அந்த நான்கு கால் நண்பர் இறந்துவிட்டால் உன் கதி அவ்வளவுதான் என்று கூறி எனக்கே பயத்தை உண்டுபண்ணுவிட்டுவிட்டாள்

(இதேப்போல பல அம்மாக்கள் அலறிய காலம் அது),பிறகு வெறும் வயிற்றில்ல சாப்பிடக்கூட ஏதும் கொடுக்காமல் என்னை தஞ்சாவூர்க்கு அருகில் இருக்கும் நாய்க்கடி மருந்துக்கு பேர் போன ஊரான நீடாமங்களத்திற்கு எனது அம்மா பழனியம்மாளும் ,பாட்டி விசாலாட்சியும் அழைத்துசென்றார்கள்

அதுவும் வெறும் வயிற்றில் தண்ணிக்கூட அருந்த முடியாத நிலையில் பத்தியம் அங்குதான்

முடிக்கவேண்டும் என்று சொல்லி அழைத்துசென்றார்கள் பேருந்து நிற்கும் இடமெல்லாம் திண்பன்டங்கள் என் நாக்கோ அதன் ருசிக்கேற்றார்போல் சுழல்தாண்டவம் ஆடுகிறது ஆனால் எதையும் அருந்தவிடவில்லை ஒரு வழியாக நீடாமங்களம் சென்றோம் அந்த மருத்துவர் ஒரு டீ கிளாசில் பத்திய சாறுகொடுத்து குடிக்கசொன்னார் ,பச்சை நிறமான அந்த பச்சை பத்தியத்தை ஒரே முடுக்காக குடித்தேன் ஒரேகசப்பு ,ஒரே மயக்கம் குடித்துமுடித்தபிறகு தள்ளாடினேன்

பிறகு அங்கு உள்ள ஆற்றில் என்னை குளிப்பாட்டி மதிய உணவும் கொடுத்து வீட்டுக்கு அனுப்பிவைத்தார்கள் தஞ்சாவூர் பேருந்து நிலையம் சென்றதும் எனது நாக்கு சிக்கன் பக்கோடாவை பார்த்ததும் சூழற்தாண்டவம் ஆடியது

ஆனால் அப்போதுதான் மாபெரும் அதிர்ச்சியை எனது அம்மாவும் பாட்டியும் கூறினார்கள் தம்பி ஒரு வருடத்திற்கு நீ அசைவ உணவு சாப்பிடக்கூடாது மீறி சாப்பிட்டால் நாயை போல மாறிவிடுவாய் என்று கூறினார்கள் எனது மனபிறம்மை நான் நாயாக மாறி குரைப்பது போல மனதிற்குள் தோன்றியது உடனே பயந்துபோய் வேண்டாம் என்று கூறிவிட்டேன் ,அசைவ உணவுகளையே விரும்பி திண்பவன்டா

இந்த தீரன் (சேனாதிபதி) அவனுக்கே அசைவம் சாப்பிடக்கூடாத நிலையையா ஓ கடவுளே ! என்ன ஏமாற்றமென்று மன்றாடிவிட்டு அமைதியாகிவிட்டேன்

,அன்றிலிருந்து ஒரு வருடம் அசைவ உணவு சாப்பிடாமல் மிகவும் சிரமப்பட்டேன் ,வீட்டில் அசைவம் எடுப்பார்கள் ஆனால் எனக்கு மட்டும் கிடையாது இப்படி ஒரு வருடமாய் அசைவத்தை தவிர்த்தேன் பிறகு நான்குகால் நண்பர்களை கண்டாலே சற்று பயந்து தள்ளி செல்ல ஆரம்பித்தேன் ஆனால் தொலைக்காட்சியில் வரும்

நான்கு கால் நண்பர்களை மகிழ்ச்சியாகவே பார்ப்பேன் அந்த இன நான்குகால் நண்பர்களால் இழுக்கப்பட்டேன்,

அந்த இன நான்கு கால் நண்பர்கள் வேண்டுமென்று அடம்பிடித்து அடியும் வாங்கியுள்ளேன் பிறகு வேண்டிமென்று மனதை தேற்றியும்விட்டேன் ,அந்த தருணத்தில் எங்கள் தெரு சுப்பு அக்காவின் நான்கு கால் தலைவி ரோசி அவளது பிள்ளைகளை உலகிற்கு அறிமுகப்படுத்தினால்,

எனது தெருவில் உள்ள அனைவருக்கும் சுப்பு அக்காவின் நான்கு கால் தலைவி ரோசி மீது

மாபெரும் அன்பு உள்ளது அழகாக வெள்ளை நிறத்தில் சற்று பருமனாக இருப்பாள் ரோசி கனிவான குணம் கொண்டவள் ,அவளது பிள்ளைகள் அழகாக உள்ளது *Pedgree* விளம்பரத்தில் வரும் நான்குகால் இன நண்பர்களைப்போல உள்ளது என பரவலா கூறவே நான் வெகு வேகமாக சுப்பு அக்கா இல்லத்திற்கு ரோசியின் பிள்ளைகளை பார்க்க விரைந்தேன்.......

பாகம் 2:

தளபதி ஜிம்மி :

வேகமாக விரைந்த நான் கூட்டத்தை விலக்கிவிட்டு சுப்பு அக்காவிடம் சென்றபொழுது ,சுப்பு அக்கா அழகான நல்ல கனமாக ஒரு குட்டி நண்பரை அணைத்து கொஞ்சிக்கொண்டிருந்தாள் ,அக்கா இந்த நண்பர் இருக்கின்ற நண்பர்களைக்காட்டிலும் சற்று அழகாக இருக்கிறார்அல்லவா என்று நான் கேட்கும் போதே சுப்பு அக்காவிற்கு தெரிந்துவிட்டது

அந்த குட்டி நண்பரின்மேல் தீரனுக்கு ப்ரியம் அதிகம் என்று ஆனாலும் அவள் அந்த குட்டி நண்பரை மேலும் கொஞ்சி என்னை வெறுப்பேற்றிக்கொண்டிருந்தாள்,நானும்அவளுக்

கு கொடுக்க மனமில்லை என்று நினைத்துக்கொண்டு சோர்வாக வெளியேறினேன் ,பிறகு என்னை அழைத்து அந்த குட்டி நண்பரை கையில் கொடுத்தாள் நானோ ஐந்தாம் வகுப்பு படிக்கும் பையன் நான் ஒருகுழந்தையை தூக்கவே பயப்படுவேன் இதில் இந்த குட்டி நண்பர் வேறு கொழுக்கு மொழுக்கென்று துள்ளுகிறார் கீழே போட்டால் எலும்பு முறிந்துவிடும் என ஐயம்கொண்டு கொஞ்சம் கெட்டியாகவும் கொஞ்சம் மென்மையாகவும் பிடித்தேன்

,அன்று ஆரம்பித்தது எனக்கும் என் நான்கு கால் தோழனுக்கும் உள்ள பந்தம் ,இவன் எனக்காகவன் ,இவனிற்கு அனைத்தும் நான்தான் ,அவன் இட்ட

கட்டளைகளை நிறைவேற்றவே பிறந்திருக்கேன் என்று பாகுபலியில் வரும் கட்டப்பாவைக்காட்டிலும் 1000 மடங்கு என் குட்டப்பாவாகிய எனது நான்குகால் நண்பன் நினைத்திருப்பான்போலும் என்னை அணைத்துக்கொண்டான் அவனது நாக்கால் என்னை நக்கி அவனது அன்பினை வெளிப்படுத்தினான்

எனக்கு ஒரே கூச்சமாகிவிட்டது ஆனாலும் ரசித்தேன் அவனது களப்பிடமில்லாத அன்பினை,பிறகு நான்குகால் நண்பர்களின் மேல்

உள்ள   வெறுப்பு
குறையத்தொடங்கிவிட்டது   ,சுப்புஅக்காவிடம்
கூறினேன் ,அக்கா இவனை நான் எடுத்துசென்று
வளர்த்துக்கொள்கிறேன் என்று கூறினேன், முதலில்
சம்மதிக்காததுபோல் யோசித்தால் ஆனால் பிறகு
சம்மதித்து   ரோசி   தூங்கியவுடன்   என்னை
அழைத்து,எனது பேரன்பிற்கு சொந்தமான எனது
நான்குகால்   நண்பனை   கொடுத்தாள் ,நான்
அணைத்தவாரே   வீட்டிற்கும   எடுத்து
சென்றுவிட்டேன் ,

வீட்டிற்கு சென்றதும் எனது அன்னையோ ஒரு நாய்
என்ன   இன்னொரு   நாய   துக்கிக்கொண்டு
வந்திருக்கு   ,என்று   ஏளனமாக   பேசி
வெறுப்பேற்றினார் ,பிறகு ஒன்றே ஒன்றுகூறினால்
நமக்கும   நாய்க்கும்   ஒத்துவராது   நீ   எங்கு
எடுத்துக்கொண்டு   வந்தாயோஅங்கேயே
கொடுத்துவிடு என்றுகூறினார் ,நானோ பிடிவாதம்
பிடித்ததால் வேறு வழியில்லாமல் என்னை லேசாக
அடித்து   கொண்டுவிட்டு   விட்டு   வரும்படி
ஆத்திரத்துடன் கூறிவிட்டாள்

,அம்மாவின்   கட்டளையை   மறுக்கவும்
முடியவில்லை   நான்   நினைத்தததுப்போலவே
பிறந்த இவனையும் யாருக்கும் கொடுக்கவும்
மனமும்   இல்லை ஆகையால்   மனதை
கல்லாக்கிக்கொண்டு   சுப்பு   அக்காவிடம்

சென்றுகொடுத்துவிட்டு சோகமாக அமர்ந்தேன் ,பிறகு எனது வாடிய முகத்தை ஒரு வார்த்தை கூறி அவள் மலரச்செய்தாள் ,அடேய் தம்பி நீ ஒரு காரியம் செய் தினமும் இங்கு வரும்போது இவனை கொஞ்சிவிளையாடு இங்கேயே இவன்கூடவே இரு என கூறினாள் எனக்கும் மிக்க மகிழ்ச்சி இது நன்றாக இருக்கிறதே என்று கூறி சம்மதித்தேன்,

பிறகு அவனிற்கு பெயர் வைக்கலாமென்று நானும் ,சுப்பு அக்காவும் கலந்தோசித்தோம் அவள் கூறிய பெயர்களெல்லாம் சகிக்கவில்லை ,சுப்பிரமணி *,Tiger ,Browny* ,சிங்கக்குட்டி .,என்றெல்லாம் கூறினாள் ,நான்குகால் நண்பனுக்கு *Tiger /singam* என்றெல்லாமா பெயர் வைப்பது என சொல்லிவிட்டு யோசித்தேன்

பிறகு என் மண்டையில் நான் பார்த்த ஹாலிவுட் படத்தில் வரும் நான்குகால் நண்பனின் பெயர் ஜிம்மி என நினைவுக்கு வரவே ஜிம்மி என்று பெயர்சூட்டினேன்,

அவளிற்கும் பிடித்துப்போகவே எனது நான்குகால் நண்பனுக்கு ஜிம்மி என பெயர் வைத்தேன்....நமது கதையின் கதாநாயனகனின் பெயர் ஜிம்மி

பாகம் 3:

ஜிம்மி :

அன்றையிலிருந்து நா என்ன பண்ணுனேன் என்றால் வீட்ல எனக்கு போடுற சாப்பாடோ, திண்பண்டங்களோ எது கிடைத்தாலுமே அது என்னோட தளபதி ஜிம்மிக்கு கொண்டுவந்து கொடுத்துக்கிட்டேயிருந்தேன்

எங்க அம்மாவுக்கோ ஏகப்பட்ட கேள்விக்குறி எதுகொடுத்தாலும் புடுங்கி, புடுங்கி திண்பான் ,ஆனால் இப்போ சும்மா வெளில வெளில சாப்பிட எதுக்கொடுத்தாலும் எடுத்துகிட்டு ஓடுறான் ,இவன்எங்கப்போறான்னு,யோசிச்சிக்கிட்டேயிரு ந்தாங்க ,இப்படி என் வீட்டுக்கே நா விருந்தாளிப்போலதான் போய்க்கிட்டு இருந்தேன்

,என் அம்மா இதத்தான் நினைச்சாங்கலாம் , காலைல சாப்பிட வரான் சாப்டுறான் லைட்டா சாப்பாட்ட பதுக்குறான் வெளில எடுத்துகிட்டு ஓடிடுறான் *Repeatu* ,மறுபடியும் மதிய சாப்பாட்டுக்கு வரான் சாப்பிடுறான் லைட்டா பதுக்குறான் வெளில எடுத்துக்கிட்டே ஓடிடுறான் *Repeatu* இன்னைக்கு நைட்டும் வருவான் சாப்ட உக்காருவான் லைட்டா சாப்டுறப்போல நடிப்பான் கண் இமைக்கும் நேரத்தில பதுக்கிட்டு

ஓடிறுவான்டி என்னால முடியலடி ரேவதி ,உன் தம்பி பதுக்கிட்டு போனதெல்லாம் எங்க *Open* பண்றான்னு தெரிஞ்சிக்கனும்டி ரேவதி இப்படி (ஆத்தாளும் /மகளும்) சல்லடை போட்டு தேடிக்கிட்டு இருக்க அந்த நேரம் எதேர்ச்சியா ரேவதி சுப்பு அக்காவீட்டு சைடு வந்து *Entry* கொடுக்க அரண்டுபோய்ட்டேங்க ,என்னையும் ஜிம்மியையும் என் அக்கா பாத்திட்டு

எம்மோவ் தம்பி இங்க இல்லன்னு சொல்லிட்டா ,ஹப்பாடா நல்லவேளை இவ போட்டுக்கொடுக்களடா ,ஆமாம் என்ன சோடாப்புட்டி என்மேல என்னைக்குமில்லாத பாசம் இன்னைக்கு மட்டும் பொங்குது ,டேய் போனாப்போகட்டும்னு விடலாம்னு இருந்தேன் ஓவராவ பேசுற இரு அம்மாட்ட சொல்றேன் ,சொல்லிக்கோடி முட்டைக்கண்ணி ,டேய் ஓவரா வாய் நீளுது ,அம்மா இல்லல்ல அப்போ நீளத்தாண்டி செய்யும் சோடாப்புட்டி ,எம்மோவ் இங்க சீக்கிரம் வாம்மா சீக்கிரம் ,அம்மா ஓடிவர நான் ஜிம்மிய விட்டுட்டு சுப்பு அக்காவோட தோட்டம் சைடு ஓடிப்போய் மறைந்துக்கொள்ள ,ஏன்டி உயிர்போரபோல கத்துற என்னடி ஆச்சு ???எம்மா அங்கப்பாரும்மா அந்த குட்டி நாய் எவ்ளோ அழகா இருக்கு ,அடியே நீ என்னடி உன்தம்பியோட சேர்ந்துகெட்டுபோய்ட

,இல்லம்மா பார்க்கவே செமையா ,கொழுக்கு/ மொழுக்குன்னு தூக்கி கொஞ்சனும்போல இருக்குமா ,அடியே ஏற்கனவே வீட்ல ஒரு நாய் (தீரன்)இருக்கு இதுல இந்த குட்டிநாய் வேறயா அமைதியா வாடி, பருவத்துல பன்னிக்குட்டிக்கூட அழகாதான் தெரியும் வளந்தாதான் வளர்க்கவேதனையா இருக்கும்,

எம்மா நீ சொல்றது பன்னிக்குட்டி நா சொல்றது நாய்க்குட்டி ,நல்லா பேசக்கத்துக்கிட்டடி நீ ,அப்டிலாம் இல்லைம்மா ,ஒழுங்காஅவனத்தேடி கண்டுபிடிச்சி வீட்டுக்கு வந்து சேர்ர வழியப்பாருடி ,நா போறேன் அந்த நாய் எந்த நாயோட சுத்திக்கிட்டு இருக்கோ ஈஸ்வரா !டேய் வெளிள வாடா அம்மா போய்டுச்சி , எங்களுக்கு தெரியும் நீ பொத்து ,என்ன பயம் விட்டுப்போய்டுச்சிபோல ,ஆமாம் அம்மா இருந்தால் பயம் இருக்கும் அம்மா இல்லன்னா பயம் போயிடும் ,என்கிட்டாண்டா மறுபடியும் வரனும் பாத்துப்பேசு ,சரிங்க ரேவதி அக்கா தாங்கள் வந்ததன் நோக்கம் ,அப்படி வாடா வழிக்கு நாய்க்குட்டி பார்க்க அழகா இருக்குடா இன்னும் கொஞ்சம் வளரட்டும் வீட்டுக்கு தூக்கிட்டு வந்திடு சரியா ??

அடியே நாய்க்குட்டினு சொல்லாதடி அதுக்கு பெயர் வச்சாச்சி ,பேர் என்ன?? ஜிம்மி அட நல்லா *Style a* இருக்குடா ,*Tq* சோடாப்புட்டி ,டேய்

அப்டிக்கூப்பிடாதடா ,சரி கா வா போலாம்
அப்புறம் 2 நாய் னு திட்டிக்கிட்டிருந்த அம்மா வாய்
அப்புறம் உன்னையும் சேர்த்து 3 நாய்னு
மாறிடப்போகுது, இருடா நா
கூடுப்பாக்குறேன் ஹே ஜிம்மி இங்க வாடா, ஓடி
வா ஓடி வா ,ஜிம்மி திரும்பிபார்த்து அதோட
பருமனான உடம்புஆடி அசைச்சி அழகா
துள்ளிக்குதிச்சி ரேவதிய நோக்கி ஓடிவந்தது ,நாய்
புடிக்காத ரேவதிக்கே நாய்மேல ஒரு ஆசை
வரவச்சிடுச்சி அப்படி ஒரு செல்லக்குட்டிதான்
நம்ம ஜிம்மி

அக்காவ அனுப்பிவச்சிட்டு நான் ஜிம்மிக்கிட்ட
டேய் ஜிம்மி குண்டுப்பயலே என்னடா
செம்மையா Impresss பண்ணிருக்க Super டா
,போங்க பாஸ் ரேவதி அக்காக்கூட பரவால்ல
என்னய பார்த்ததுமே கொஞ்சினாங்க ஆனால்
உங்க அம்மா இறக்கமேயில்லாம நம்ம 2
பேரையும் திட்டிட்டு போயிட்டாங்க எப்படி
என்னைய ஏத்துப்பாங்களோ

,டேய் குண்டுப்பயலே அதெல்லாம் நான்
பாத்துக்குறேன்டா நீ சமத்துப்புள்ளயா சுப்பு அக்கா
வீட்லயே இருப்பியாம் உங்க அம்மா ரோசி
பின்னாடி சுத்திக்கிட்டு கேட்ட தாண்டிப்போகாத
அழகா இருக்கன்னு
தூக்கிட்டுபோய்டபோறானுங்க, பாஸ் நா நல்லா

Body a இருக்கேன் என்னையலாம் தூக்கமுடியாது பாஸ் ன்னு சொல்லிட்டு ரோசிய நோக்கி சுப்பு அக்கா வீட்டுக்கு ஜிம்மி குதிச்சி குதிச்சி ஓடுறதப்பாக்குற அழகு இருக்கே அது ஒருகொள்ளை அழகுங்க

பாகம் 4:

சலாம் ஜிம்மி பாய் :

இப்படியே நாள்கள் கரைந்தோட ஒருகட்டத்துல நானும் ,ஜிம்மியும் சகஜமா எங்க தெருவுல சுத்த ஆரம்பிச்சிட்டோம் ,என்னுடைய மகிழ்ச்சியான நாட்கள் என்றால் அது ஜிம்மியின் கூடவே சுற்றிக்கொண்டிருந்த நாட்கள்தான் ,ஏதோ ஒரு அன்பு அவன பார்த்ததுமே வந்திடும் ,பள்ளிக்கூடத்தில திட்டு வாங்கிட்டு வந்திருந்தாலும் ஜிம்மிய பார்த்ததும் நா இன்னும் குழந்தையாக மாறிய நினைவுகள் இன்னும் என் மனதில் இருந்து நீங்கவேயில்லைங்க அப்படி ஒரு *Unconditional Love* அது

,எங்க அம்மாக்கு எல்லாமே தெரியும் போல ஆனாலும் தெரியாததுபோல காட்டிட்டு இருந்தாங்க ,அவங்களே என்னைய கூப்டு எனக்கு எல்லாமே தெரியும் நம்ம வீட்டுக்கும் நாய்க்கும்

ஒத்துவராது அதனாலதான் வேண்டாம்னு
சொன்னேன் நீயும் அதுவும் பாசமா சுத்திக்கிட்டு
இருக்கீங்க அத நா கெடுக்கல துாக்கிட்டு வா
,ஆனால் அது கக்காவோ ,*Urino* போாச்சுனால் நீதான்
சுத்தம் பண்ணனும் சரியா??சரி நானே பன்றேன் மா
,ஹாய்யோா கடவுளே என்ன இவ்ளோா சந்தோாஷமா
இருக்கு ஈஸ்வரா ,நேரா சுப்பு அக்கா
வீட்டுக்கு போாய்ட்டு ஜிம்மி கிட்ட போாயிட்டு
டேய் குண்டு பயலே அம்மா உன்னைய துாக்கிட்டு
வரசொன்னாங்கடா

ஜிம்மி :போாங்க பாஸ் நீங்க ரொாம்ப லேட்டு
அவங்க பம்புசெட்டுக்கு போாகும்போாதுலாம்
என்னைய துாக்கி கொாஞ்சிட்டுதான் போாவாங்க

சுப்பு அக்காவும் வெளிள வந்து இதயேதான்
சொான்னாங்க ,இத கேட்டதுமே எனக்கு பயங்கர
Happy ,ஜிம்மிய துாக்கிட்டு ,ஓடுறேன்
பாஸ் பாஸ் மெல்ல மெல்ல கீழ போாட்றாதீங்க
கால் ஓடைஞ்சிடும்
வீட்டுக்கு போானதுமே எங்க பாட்டி ஜிம்மிய துாக்கி
கொாஞ்சுனாங்க

,பாஸ் இந்த பாட்டி அழகா கொாஞ்சுறாங்க பாஸ்
Cute பாட்டி,டேய் நா *Schoolku* போாயிட்டா
அவங்கதான்டா உன்ன பாத்துப்பாங்க அதனால
நல்லா கொாஞ்சிக்கோா ,கற்பூரம் போால நா

பிரியமுடன்
கா. தீரன்

சொல்றதக்கேட்டு அப்படியே இன்னும் எங்க பாட்டிய நக்க ஆரம்பிச்சிட்டான் ,இப்படிதான் ஜிம்மி எங்க வீட்ல நல்லா ஐக்கியமாகிட்டான் அவன் உண்டு அவன் வேலை உண்டுன்னு வீட்டுக்குல்லாற பொம்மைய வச்சிக்கிட்டு விளையாடிட்டு இருந்தான் பொசுக்குன்னு என்ன நினைச்சானோ தெரியல Toilet போயிட்டான்,

எங்க அம்மா என்னைய பார்க்க நா ஜிம்மிய பார்க்க ,சாரி பாஸ் டக்குனு Loosmotion ஆகிடுச்சி ஒரு குழந்தைபோல Adjust பண்ணிக்கோங்கன்னு சொல்லாம சொல்றப்போல இருந்துச்சி சரி இதுவும் ஒரு சகிப்புத்தன்மைனு நினைத்து அந்த சேவையையும் செய்திட்டு வந்தேன் அதுமூலமா ஒன்னுமட்டும் புரிந்தது அதுவும் ஒரு குழந்தைதானே அப்டின்னு ,அதுகப்புறம் ஜிம்மிக்கு நா சொல்லிக்கொடுத்தேன்

எங்க Toilet போகனும் இங்க போகக்கூடாது இவ்வாறெல்லாம் சொல்லும்போதே ஜிம்மி நல்லா புரிந்துகொள்ள ஆரம்பிச்சிட்டான் ,2 நாளைக்கு ஒரு தடவ நானும் என் பாட்டியும் ஜிம்மிய ரொம்ப அழகா குளிப்பாட்டுவோம் எனக்கூ பயமாவே இருக்கும் ,ஆனால் என்னோட அலமேலு பாட்டி அழகா தண்ணிய எடுத்து ஜிம்மி மேல ஊத்த ஆரம்பிச்சது முதல்ல ஓட முயற்சிபண்ணுனான் பாட்டி விடாம

பேசிக்கிட்டே அவன அழகா *Shampoo* போட்டு குளிப்பாட்டி பக்கெட் உள்ள போட்ருவாங்க ,அவன் அழகா அதுல உக்காத்திருப்பான் அப்போமட்டும் *Model Cell phonelam* இருந்திருந்தால் சும்மா *Daily* ஒரு *Reels* போட்டு மாஸ் காட்டிருப்பேங்க

இப்படி என்னுடைய நாட்களும் என்னுடைய குடும்பத்தினரின் நாட்களும் ஜிம்மி கூடவே செல்ல ஆரம்பித்தது ,அதுவும் எங்க பாட்டி என்னைய *Overtake* பன்றப்போல பாசம் வைக்க ஆரம்பிச்சிட்டாங்க ஜிம்மி மேல பார்க்க நல்லா இருக்கும் ஆனால் லேசா பொறாமையா இருக்கும் ,அது எனக்கு சொந்தமானதுன்னு சொல்லிக்கிட்டேயிருப்பேன்

என்னோட நண்பர்களும் ஜிம்மிய நல்லா தூக்கி கொஞ்சுவானுங்க,வீட்டுக்கு வரும்போதுலாம் பிஸ்கட் எடுத்திட்டு வந்து போடுவானுங்க ,நாங்க *Cricket* விளையாடும்போது ஜிம்மியையும் கூட்டிட்டு போவோம் ஒரு கண் கிரிக்கெட்ல இருக்கும் ,இன்னொரு கண் ஜிம்மி மேல இருக்கும் பால் *Long* போயிருச்சினால் ஜிம்மியே எடுத்திட்டு வந்துக்கொடுக்கும் ,ஒருகட்டத்தில நா ரொம்ப சீன் போட்டேன் டேய் ஜிம்மி இத எடுத்திட்டு வாடான்னு பால தூக்கி போட்டேன் முதல்ல எடுத்திட்டு வந்து கொடுத்தான் நான் மேலும்

மேலும் தூக்கிபோட்டதும்,ஜிம்மி கடுப்பாகி போாங்க பாஸ் மூச்சு வாங்குது ,இப்படியே ஓடிக்கிட்டிருந்தால் என்னோட பப்ளினெஸ் குறைஞ்சிடும் நா போகமாட்டேன்னு உக்காந்து வால் ஆட்டிக்கிட்டு என்னைய அசிங்கப்படுத்திட்டான்

அப்புறம் என்னபண்றது நானே போய்டு பந்த எடுத்திட்டு வந்துட்டேன் ,இப்படி கிரிக்கெட் விளையாடும்போது அவனும் எங்க கூட எங்களுக்கு முன்னாடி ஓடுவான் ஹய்யா ஜாலி ஜாலி ன்னு அவனே சொல்றப்போல இருக்கும்,நம்ம கூடவே சுத்திக்கிட்டிருப்பான் பொதுவாவே நாய்கள் எல்லாமே அதுக்கென்று ஒரு எல்லையை வை Choose பண்ணி வச்சிக்கும் அடிக்கடி கம்ப மரம் வேற, ஏதோ ஒன்னுமேல சிறுநீர் கழித்து இது என்னோட எல்லை அப்டின்னு ஒரு புரிதல் ல இருக்கும் அந்த எல்லைக்குள்ள வேற ஒரு நாய்கள அனுமதிக்காது

அதே போல தன்னோட எல்லையை விட்டு இன்னொரு இடத்துக்கு போகனும்ன்னா ரொம்பவே ஜாக்கிரதையாக போயிட்டு வந்திடும் அப்படி இன்னொரு நாய் பாத்திட்டாலும் அதுவரைக்கும் கம்பீரமாக சுத்திக்கிட்டிருந்த நாய் அந்த எல்லைக்கு சொந்தமான இன்னொரு நாயை பார்த்ததும் அமைதியாக வாலை சுருட்டி நா

அடங்கிட்டேன்னு சொல்றதுபோல இருக்கும் இத நான் பாத்திருக்கேன், நீங்களும் பார்த்திருப்பீங்க முடிந்தால் கவனித்து பாருங்கள் இத ஏன் சொல்றேன் என்றால் ஜிம்மி முதல் முதலாக என்னைய தேடிக்கிட்டே என்னோட *School* க்கு வர முயற்சி பண்ணி கரெக்டா பள்ளிக்கூடத்திற்கு முன்னாடி வரைக்குமே வந்திடுச்சி நான் *Urine* விடுற *Time* ல வெளிள வந்தேன் அப்போ என்னைய பார்த்திடுச்சி

, நானும் அவன பாத்திட்டேன் என்னிடம் வருவதற்குள்ள ஒரு பெரிய நாய் ஜிம்மிய மிரட்டி கடிக்க ஆரம்பிச்சிடுச்சி என் உயிரே போயிடுச்சி ஒரு கணம், என் நண்பர்களும் நானும் ஓடுறோம் நாங்க ஜிம்மிய சென்றடைவதுக்குள்ளாரயே அந்த பெரிய நாய் நம்ம ஜிம்மிய நல்லா உடம்பு ஒரு இடத்துல கடிச்சிவச்சிடுச்சி வலி தாங்க முடியாம ஜிம்மி கத்த நானும் என்னோட நண்பர்களும் கல்லெடுத்து அந்த பெரிய நாய் மேல வீச அது ஓடிடுச்சி அழுதுக்கிட்டே ஜிம்மிய தூக்குறேன் அவன் வலியால கத்துறான்,

உடனே எங்க ஊரு கால்நடை மருத்துவர்கிட்ட காட்டி அதுக்கு டிஞ்சர், ஊசி, *Oilmant* எல்லாமே வாங்கிட்டு வீட்டுக்கு போனேன் *Doctor* ஒரு வாரத்துக்கு *Nonveg* கொடுக்ககூடாதுன்னு சொல்லிட்டாங்க, அந்த வாரம் எங்க வீட்ல சிக்கன்

மித்யுடன்
கா.கிரன்

நா சாப்பிட்டால் இவனும் சாப்பிடனுமேனு சிக்கன் வேண்டாம்னு சொன்னேன் எல்லாரும் ஆச்சரியமா ,அதிர்ச்சியா பார்த்தாங்க ஷாக்கை கொறைங்கன்னு சொல்லிட்டு போயிட்டேன் ,ஆனாலும் அம்மா அக்காவிற்காக சிக்கன் சமைச்சிட்டாங்க ,வாசம் ஜிம்மிக்கு போக ஜிம்மி பாஸ் பாஸ் சிக்கன் வாசம் அங்க அடிக்கிது வாங்க நாம கிச்சன் சைடு போவோம்னு என்னிடம் வந்து நக்கி வால் ஆட்டிகிட்டே கிட்சனுக்கு கூப்டுது,நானோ கிட்சன் சைடு போனால் மொதல் *Dead Body* நீதான்டா குண்டுபயலே ஒழுங்கா இந்தா கஞ்சி சோறு சாப்டுன்னு அதையும் கொடுத்தேன்

,இதுக்கு நா பட்டினியாவே இருப்பேன் பாஸ் னு அதையும் சாப்டாம மூஞ்ச திருப்பிக்கிட்டு சோகமா பால் கூட விளையாட ஆரம்பிச்சிட்டான் ,அவன் கோச்சிக்கிட்டா நமக்கே வருத்தமா இருக்கும்ல அப்புறம் அந்த காயம் சரியாகுற வரைக்கும் ஜிம்மிக்கு *Nonveg* கொடுக்காமலே இருந்தோம்

,காயம் சரி ஆனதுமே தலைவனுக்கு சிக்கன் கொடுத்தோம் ஒரு எலும்புக்கூட விடல அவ்ளோவெறி ஜிம்மி (மாப்ளைக்கு) சிக்கன்மேல ,இப்படி ஜிம்மிக்கும் எனக்கும் ஒரு நெருக்கம் அதிகமாகிக்கொண்டே போச்சி ,நா வந்து *Schoolpeople leader* அதனால ஜிம்மி கொஞ்சம

பெருசா மாறுனதும் நா சொல்றதக்கேக்காம என்
கூடவே School கு வர ஆரம்பிச்சிட்டான்,ஜிம்மி
என்னோட Dog னு எல்லாருக்குமே தெரியும்
அதனால யாரும் ஜிம்மிய அடிக்கமாட்டாங்க
நல்லா கொஞ்சுவாங்க அவனும் யாரையும்
கடிக்காம கொஞ்ச விட்டு வேடிக்கைபார்ப்பான்
,குறிப்பாக பெண்கள் Fans அதிகமாகிடுச்சி

இப்போ ஜிம்மி அவனோட எல்லைகளை
விரிவுபடுத்த ஆரம்பிச்சிட்டான் ,Kgf Rocky போல
ஜிம்மி க்குன்னு ஒரு Gang உண்டாச்சி
அவனுக்கென்றே அளவெடுத்தபோல 2
நண்பர்கள் கிடைச்சிட்டாங்க இப்போ அவன்
என்னைய கண்டுகாம இருக்க ஆரம்பிச்சிட்டான்

அது எனக்கே லைட்டா வருதமா இருந்துச்சி
,வருவான் சாப்டுவான் கரெக்டா அந்த 2 நாய்
வந்ததும் என்னைய கண்டுக்காம அதுங்கக்கூட
ஓடிடுவான் ஒரே Repeatu மோட்ல இது நடந்துச்சி நா
அவனையே Miss பண்ண ஆரம்பிச்சிட்டேன் அவன்
என்னப்பண்றான்னு கவனிக்க ஆரம்பிச்சிட்டேன்
,அப்போ நா பார்த்த காட்சி இருக்கே நம்ம
எல்லாருக்குள்ளயும் ஒரு Mass ஆன ஆள் இருப்பான்
அவன் சமயம் பார்த்து வெளில வருவான்
அப்படிதான் ஜிம்மிக்குள்ள இருந்த Rocky பாய்
வெளில வந்தான் அன்னைக்கு ஜிம்மிய ஒரு பெரிய
நாய் போட்டு பொறட்டி எடுத்திச்சில்ல

இன்னைக்கு அதே பெரிய நாய ஜிம்மி செமையா போட்டு பெறட்டி எடுக்குறான் சரியானசண்டை நா அசந்துபோயிட்டு வேடிக்கை பார்க்குறேன் டேய் குண்டு பயலே நீயாடா இதுன்னு அப்படி மாஸ் ஹீரோ போல அவன் பண்ணுன சண்டை இருக்கே இது இப்பவும் என் கண்ணுக்குள்ள இருக்குங்க

நம்ம எல்லாருக்குள்ளயும் ஒன்னு இருக்கும் நம்ம வளக்குற நாய் மாஸ்ஸா பின்வாங்காம இருக்கனும்னு அத அப்போதான் உணர்ந்தேன் ஜிம்மி தனக்கான எல்லைகளை விரிவுபண்ணுனான் ஒரு *Kgf* ராக்கிப்போல *Gang war* நாலே ஜிம்மி *Gang* தான் *Best* னு என் பிரண்ட்ஸே என்ட சொல்வானுங்க அப்போ வரும் பாருங்க ஒருஆனந்தம்

Kgf bgm போட்டுக்கோங்க

டன் டன் டன்......

இப்படி காவல் நாயகனா சுற்றி வந்த நம்ம ஜிம்மி அப்புறம் காதல்ல விழுந்த கதையும் வாங்க அடுத்து படிக்கலாம்

பாகம் 5:

முன்னாடி வீட்ட மட்டும் சுத்திக்கிட்டு இருந்த ஜிம்மி இப்போ பொறுப்பு அதிகமானதால தன்னைய ஒரு உலகத்தை காக்கும் *SuperHeroes* போல நினைத்து தெருவ காத்திட்டு இருக்கான்

,நானும் பாட சுமைகள் நண்பர்கள்னு ஒரு பாதைல போய்ட்டேன் ஒரு சில நாள் என் நண்பன் ஜிம்மிய கொஞ்சனும்னு காத்திருப்பேன் ஆனால் அவன் தெருவ பாதுகாக்குற ரோந்து பணில அயராமல் இருப்பதால நாங்கள் இருவருமே அதிகமாக கொஞ்சிக்கொள்வதில்லை ஆமாம் *Maturity* வந்திடுச்சி, அதனால உணவருந்தும் நேரத்தில் மட்டும்தான் நாங்க சந்திக்கிறப்போல ஆகிடுச்சி இப்படி காவல்ல கதாநாயகனா சுத்திட்டு இருக்க கதாநாயகன் காதல்ல விழுந்துட்டான்

உங்கள்ள நான் எழுதிய காதல் கண்ணன் படித்தவர்களுக்கு தெரியும் அதிலயும் நா ஜிம்மியைப்பற்றியும் எனது பள்ளிக்கூட *Crush* மதியைப்பற்றியும், எழுதியிருப்பேன்

,எப்போதுமே ஜிம்மி என்னோட பள்ளியில் போடும் மதியம் சத்துணவு சாதத்தைதான் விரும்பி சாப்டுவான் மத்த 2 வேளையும் வீட்ல சாப்டாலும் ,அந்த மதிய உணவு அங்க உள்ள எல்லாருமே பாசமாக கூப்டு அவனுக்கு மட்டும்

கொடுத்திடுவாங்க நானும் சரின்னு விட்டுட்டு வீட்டுக்குபோய்ட்டு சாப்டு கரெக்ட்டா பள்ளிக்கூடத்திற்கு வந்திடுவேன் ஆனால் மதிய உணவின்வேளையில் 2 நாள் மட்டும் நான் படிக்கும்போது முட்டை கொடுப்பாங்க அத வாங்கி சாப்ட மட்டும் நா அந்த 3 நாள் அக்கறையாக சத்துணவு கூடத்திற்கு செல்வேன்

,அப்போ கூட ஒரு நாளும் அந்த முட்டையை ஜிம்மிகு கொடுத்ததில்லை ஏனென்றால் நானே ஒரு *Foodie* இது அவனுக்கே நன்றாக தெரியும் ,அதனால நா கொடுக்குற சாப்பாட சாப்டுட்டு என்னைய கேவலாம ஒரு *Look* விட்டுட்டு நீயெல்லாம் மனுசனே இல்ல தெரியுமா ??அப்டின்னு கடந்து போயிடுவான் ,நான் எனது பள்ளிக்கூட *Crush* மதியப்பார்க்கும்போதுலாம் ஜிம்மி என்னைய ஒரு *Look* விடுவான் ,சரிங்க பாஸ் இப்போ என்ன *Causual a* மதி கிட்ட போகனும் அவங்க என்ன கொஞ்சனும் அந்த கொஞ்சல் உங்களுக்கானதுன்னு நீங்க *Happy* ஆகனும் அதானே ,ஆமாடா குண்டுபையா ,போறேன் போறேன் ஒரு பிஸ்கட்காகலாம் நா இத பண்ணவேண்டியதா இருக்கு ச்சை லொால் லொால் ,

சொன்ன வேலைைய செய்டா ,சரிங்க பாஸ் லொால் லொால் ,அவனும் சளிக்காம எனக்கு இந்த

வேலையை   சேவையாக
செய்துக்கொண்டேயிருந்தான்,எல்லா நாய்களோட
வாழ்க்கையிலும் முதன் முதலாக ஒரு பருவ
(இனப்பெருக்கம்) நிகழ்வு நடக்கும் அதே
நிகழ்வுதான் தலைவன் ஜிம்மிக்கும் நடந்துச்சி
,காவல்காரனாகவும் ,விஸ்வாசமாகவும் எல்லாரும்
ரசிக்கும் செல்லக்குட்டியாக இருந்த ஜிம்மி முதன்
முதலாக ஒரு கதாநாயகியை சந்திக்கிறான்,

அது ஒரு மார்கழி மாதம் நாய்கள் எல்லாம்
இனப்பெருக்கம் செய்யும் காலம் அ பேரு *Whity*,
நல்லா   வெள்ளை   நிறம்   அழகாக
பருமனாக இருப்பாள் அவள சுற்றி ஆண் நாய்கள்
கூட்டம்   படையெடுத்துக்கொண்டேயிருக்கும்
ஆனால் அவளோ சுற்றி வரும் ஆண்நாய்களை
குரைத்து துறத்திவிடுவாள் ஆனாலும் ஆண்நாய்கள்
அவளை   மட்டும்
வட்டமிட்டேகொண்டேயிருந்தார்கள்

அவளை   பார்க்கும்போது   நம்ம   ஜிம்மிக்கு
இவதான் என்னோட டாவு ன்னு மண்டைல
சொல்லிடுச்சி போல நா கூப்டும் கண்டுக்காம
போய்க்கிட்டேயிருந்தான் நானும் விட்டுட்டேன்
,அந்த *whity* கூட சுற்றிக்கொண்டு திரிந்த நாய்கள்
கூட்டத்தில நம்ம ஜிம்மியோட நண்பர்களும்
இருந்தார்கள் ,நம்ம ஜிம்மி இங்க இருந்து ஒரு
லொல்   லொல்   பண்ணி   டேய்

37

(செல்முருகன்/போண்டா மணி)நீங்க என்னடா இவப்பின்னாடி சுற்றிக்கொண்டு இருக்கிறீர்கள் ,தலைவா சூப்பர் பிகர் தலைவா பார்த்தில்ல எவ்ளோ பேரு இருக்கானுங்கன்னு வந்து லைன்ல நில்லு ,டேய் என்னோட *Power* தெரிஞ்சுமாடா லைன்ல நிக்க சொல்ற ,தலைவா உனக்கே *Tough* கொடுக்குறப்போல ஒருத்தன் இருக்கான் அவன்தான் இப்போ *No1* முடிஞ்சால் அவன நீ நாக்அவுட்பண்ணிட்டு *Whity a* எடுத்துக்கோ

(உங்களுக்கு ஒன்னு சொல்ல மறந்திட்டேங்க ,குறிப்பாக இந்த பெண் நாய்கள சூற்றி ஒரே ஆண்நாய்கள் கூட்டமாக சுற்றிக்கொண்டேயிருக்கும் அதுக்கு மிகப்பெரிய காரணம் அந்த கூட்டத்தில யாரு எல்லாரையும் நாக் அவுட் பண்றாங்களோ அவங்க அந்த பெண்நாய் கூட இனப்பெருக்கம் பண்ணலாம்)

அந்த கூற்றுக்கு ஏற்ப ஜிம்மியும் அடுத்த மாபெறும் யுத்தத்திற்கு தயாராக ஆனான் அவனவிட பெரிய நாயான கருப்பனோட *Sparring* போட முடிவெடுத்தான் கருப்பன அடிச்சி நாக் அவுட் பண்ணுனால்தான் *Whity* கிடைப்பால் அதனால வேற வழியில்லாம ஜிம்மியும் களத்தில இறங்கிடுச்சி என்னோட நண்பன் ஒருவன் ஜிம்மிய கலாய்ச்சான் போடா போ அவன் உன்னவிட

பல்க்கா இருக்கான் , நீ கூட பாவம் பார்ப்பா அவன்
கருப்பா பயங்கர *Height* அ இருக்கான் நீ

மாட்டுனால் இத்தன நாள் சேர்த்து வைச்ச *Gethu* போய்டும்னு என்முன்னாடியே கலாய்ச்சிட்டான் ,ஆடுகளம் தனுஷ் என் சேவல் பந்தயம் அடிக்கும்னு சொல்றப்போல என் ஜிம்மி கருப்பன நாக் அவுட் பண்ணுவான்னு நானும் சொன்னேன் ,நாங்க எல்லாருமே கருப்பன் *Vs* ஜிம்மி *Sparring* பார்க்க ரெடி ஆனோம் நாங்க நினைத்தது போலவே அது நடந்துச்சி கருப்பன் கிட்ட ஜிம்மி போனான்,

கருப்பன் நல்லா உயரமாக இருப்பான் நம்ம ஜிம்மியும் உயரம்தான் ஆனால் கருப்பனவிட லேசா உயரம் கம்மி நம்ம ஜிம்மி கருப்பன் பார்க்கவே பயங்கரமாதான் இருப்பான் ,இதுவரைக்கும் சாப்ட் ஆ இருந்த ஜிம்மி *Whity* காகவும் தன்னோட *Gethu* காகவும் ,*violent a* மாறுனான் இந்த சண்டைல யாரு ஜெயிக்குறாங்களோ அவங்களுக்குதான் *Whity* அவங்கதான் 4 தெருக்களுக்கும் தலைமை ஆகிடுவாங்க இத நல்லாவே தெரிஞ்சிவச்சிருந்த கருப்பனும்/ஜிம்மியும் மோத ஆரம்பிச்சிட்டாங்க முதல் சுற்றுல ஜிம்மி முன்னிலை வகித்தான் ,செமையா கடிச்சி வச்சிட்டான் கடுகு சிறுசா இருந்தாலும் காரம் கடுசுன்னு காட்டுனான் ,இரண்டாவது சுற்றுல எங்க இருந்து அந்த கருப்பனுக்கு அவ்ளோ கோபம்னு தெரியல நம்ம

ஜிம்மிய போட்டு பொளந்துக்கட்டிடான் ,என்
கண்ணு முன்னாடியே இப்படி என் நண்பன்
கடிவாங்குறானென்னு கவலை இருந்தாலும் நா
வெளிள காட்டிக்கல அவன் மறுபடியும் கடிச்சி
கொதரப்போறான்னு நா மனசுல தீர்க்கமா
நினைச்சிக்கிட்டேன்

,என்னுடைய நண்பன் ஒருவன் ரொம்ப
கலாய்ச்சான் ஜிம்மி தோத்துட்டான் தோத்துட்டான்
அப்டினு ,ஆமா என் ஆருயிர் நண்பன்
தோத்துட்டான்னு நா சோந்துட்டேன் ஆனால் நா
விட்டுக்கொடுக்கல என்னோட வளர்ப்பு
தப்பாகாதுன்னு ஒரு எண்ணம் ,என் கண்ணு
முன்னாடி அவன்தோக்கமாட்டான்னு நா நினைச்ச
நேரமோ என்னமோ தெரியல சட்டென்று எகிறி
எகிறி கருப்பன கடிச்சி கருப்பன் டையர்ட் ஆகிற
அளவுக்கு கடிச்சி வச்சிட்டான் அந்த கடியில
இருந்து கருப்பனால மீள முடியல கருப்பன்
தன்னோட தோல்விய ஒத்துக்கிட்டு வால
சுருட்டிக்கிட்டு ஓட ஆரம்பிச்சிட்டான்

,ஜிம்மியோட நண்பர்கள் அவன நக்குனாங்க
பழக்கவழக்கம்ல சண்டை முடிச்சதும் *Cheers*
பண்ணுனதோட இருக்கனும் எவனாவது *Whity* அ
Sharing கேட்டிங்க அடி கடிச்சிபுடுவேன்
கடுச்சின்னு தனக்கே உன்டான கெத்துல
என்னையும் பாத்திட்டு *Whity* கூட போயிட்டான்

, நானும் சரிடா *Single a* இருந்த ஜிம்மிக்குட்டி *Mingle* ஆகப்போறான்னு சிரிச்சிட்டே வந்துட்டேன் , என் ஜிம்மி தோத்திடும்னு சொன்ன அதே என்னோட நண்பன் ஜிம்மி ஜெயித்ததும் கெத்துன்னு புகழ்பாடுனான் , அவன் நாய் இல்ல எனக்கு கிடைச்ச பொக்கிஷம்னு என் நண்பன்கிட்ட சொல்லிட்டு நானும் வீட்டுக்கு வந்துட்டேன்

பொதுவா நா *Discovery Channel/natioal geography chennal* லாம் அதிகம் பார்ப்பேன் அப்படி இருக்கும்போது அதுல விலங்குகள் இனப்பெருக்கம் பண்ணுவதையும் பாத்திருக்கிறேன் அதனால எனக்கு நாய்கள் இனப்பெருக்கம் பண்ணுனால் எப்படி பண்ணும்ன்னு நன்றாகவே தெரியும்

நாய்கள் இனப்பெருக்கத்தை தெரிந்துவைத்திருக்காத எனது நண்பர்கள் நாய்கள் தெருக்களில் இனப்பெருக்கம் செய்யும்போது ஏதோ பின்னாடி ஒட்டிக்கிச்சின்னு கல்லால அடிச்சிபிரிக்க முயற்சி பண்ணுவானுங்க இத இப்போ நினைவில் நிறுத்தி பார்த்தேன் மிகவும் மட்டமாக உள்ளது,

நாம் நமது படுக்கையறைல உடலுறவு கொள்ளும்போது இப்படி செய்தார்கள் என்றால் விடுவோமா??? ஏன் ஒரு புரிதல் இல்லாமல்

சிறுவயதில் நமது நண்பர்கள் செய்த மட்டமான செயலை கண்டிக்காமல் விட்டுவிட்டோம் என்று பிறகு எனக்கு விவரம் தெரிந்தபோது வருந்தியிருக்கிறேன், அப்புறம் நா தூங்கி எழுந்திரிச்சிட்டு காலைல மாடிக்குபோனால் ஜிம்மி அங்க இனப்பெருக்கம் பண்ணிட்டு இருக்கான், பாஸ் பாஸ் வராதீங்க பாஸ் வந்தால் நா *Shy* ஆகிடுவேன்னு ஜிம்மி வெக்கத்தில் முகத்த திருப்பிக்கொண்டது இதை கண்டும் காணாமலும் நான் பார்த்துவிட்டு கீழபோயிட்டேன்

, அதுக்கப்புறம் *Whity* யும் ஜிம்மியும் ஒன்றாகவே சுற்றி வந்தார்கள் நானும் ஜிம்மியையும் /*Whity* யையும் கூப்டு ஒன்னாவே சாப்பாடும் போட்டுட்டு இருந்தேன் மாப்பிள்ளை வீட்டு ஆளுங்க சரியா கவனிக்கலன்னு *Whity* நாளைக்கு *Compliant* கொடுக்கக்கூடாதுல்ல அதான் பாரர்த்து பார்த்து கவனிச்சேன்,

63 நாள் *Whity* ஜிம்மியோட கருவை வயிற்றுல சுமந்துகொண்டிருக்கிறது 64 வது நாள் குட்டி ஜிம்மிகள் வெளியில் வந்துவிட்டது , ஆரிரோ ஆரிரோ இது தந்தையின் தாலாட்டுபோல ஜிம்மி குட்டி ஜிம்மிகள் எல்லாற்றையும் தனது நாக்கால நக்கியெடுக்குது தன்னோட முதல் குட்டிகளை ஈன்ற *Whity* ரொம்ப சோர்வாக காணப்பட்டது , முதலில் 5 குட்டிகளை ஈன்ற *Whity*

பசியில் அதில் 2 குட்டிகளை திண்று(நாய்களுக்கு உண்டான குணம்) மீதமுல்ல 3 குட்டிகளை கொழுக்கு மோழுக்கென்று வளர்த்தது பிறகு நானும் பள்ளிக்கு சென்றுவிட்டேன் அந்த 3 குட்டிகளில் 2 குட்டிகளையும் யாரோ வளர்ப்பதள்க்கு எடுத்துகொண்டு போய்ட்டாங்கன்னு கேள்விப்ட்டு அங்கபோனேன் *Whity* ஊலையிட்டுக்கொண்டேயிருந்தது எனக்கா பரிதாபமா இருந்துச்சி *Whity* கு பால் வச்சிட்டு தவிக்கொடுத்திட்டு மீதி உள்ள ஒரு குட்டி இருந்தது ஆண் குட்டி அதுதான் *Whity* போட்ட குட்டிகள்ளையே அழகாக இருந்தது

ஜிம்மிபோலவே உரிச்சிவச்சிட்டு அந்த குட்டி இருந்தது ,அத என்னோட அண்ணன் பையன் சுகனேஷ் தைரியாமா தூக்கிட்டு வீட்டுக்கு வந்துட்டான் எனக்கா பயம் ஏற்கனவே எங்க அம்மாக்கு ஜிம்மி ய வளர்ப்பது பிடிக்கல அதுவும் ஜிம்மியோட பையனை தூக்கிட்டு வந்தால் சம்மதம் சொல்வாங்கள ,மாட்டாங்களான்னும் தெரியல

ஆனால் சுகனேஷ் தூக்கிட்டு வந்ததாள வாய்ப்பிருக்கு சம்மதம் சொல்வாங்கன்னு ,ஜிம்மி என்கிட்ட பாஸ் பாஸ் இந்த பயபுள்ள வந்ததுக்கப்புறம் என்ன மறந்திடாதீங்க பாஸ்னு பாவமா பார்த்தது நல்லா நியாகம் இருக்குங்க

,அம்மாவும் பாத்திட்டு நடத்துங்க ,நடந்துங்க அதான் நாய் பண்ணை வைக்கலாம்னு முடிவுபண்ணிட்டீங்க இனி கேக்கவாவேணும்னு போயிட்டாங்க ,அதுக்கப்புறம் நானும் திருச்சிக்கு படிக்கபோயிட்டேன் நா போறதுக்குமுன்னாடி ஜிம்மிக்கு நல்லாவே தெரிஞ்சிடுச்சி என்னைய விடவேயில்ல பாஸ்போகாதீங்க எனக்கு உங்கள விட்டால் யாரு இருக்காங்கன்னு வழிமறிச்சி லொல் லொல் னு பஸ் பின்னாடியே ஓடவந் சம்பவமும் மறக்கமுடியலங்க

அந்த வயசில அதோட தாக்கம் எனக்கு அதிகமாகவே இருந்துச்சி திருச்சி *Hostel la* எந்த நாய பார்த்தாலும் என் ஜிம்மி போல எனக்கு தோண ஆரம்பிச்சிடும் ஆனால் அவன் என்றைக்குமே அவன்தான்ல அப்படின்னும் தோணும் ,வீட்டுக்கு கால் பண்ணி பேசும்போதெல்லாம் ஜிம்மி என்ன பண்றான் ,எப்படியிருக்கான் ,அப்டின்னு கேட்டதுதான் அதிகம்

இப்படி நா *Hostel* ல இருந்து 2 மாதம் கழித்து வீட்டுக்கு வரும்போது என் ஜிம்மி பண்ணுன அலப்பறை இருக்கே,பா. வந்துட்டீங்கள??எங்க பாஸ் போனீங்கன்னு என்னைய எகிறி ,எகிறி தாவுறான் நக்கியெடுத்துட்டான் என்னோட அம்மாவையும் விடல அக்காவையும் என்

பக்கத்தில   விடல   30   நிமிடம்   ஒரே
பாசப்போராட்டம் எங்க வீட்ல உள்ளவங்களும்

எங்கள தனியா விட்டுட்டாங்க ,நா இல்லாததால ரொம்ப ஏங்கி *Weight* கொறஞ்சிருப்பான்னு நினைத்தேன் ஆனால் அங்க சீனே வேற எங்க அம்மா அவன நல்லா பார்த்திக்கிட்டாங்களாம் ,அவங்க எங்கபோனாலும் இவன் காவலுக்கு பின்னாடி சுத்திகிட்டே இருந்தானாம் முதல்ல அம்மாக்கு அது புடிக்கல அப்புறம் ஏதோ ஒரு பாசம் அதிகமாகி அவனையும் ஒரு பிள்ளையாகவே ஏத்துகிட்டு அவனோட பிள்ளையாகிய மணி யையும் ஏத்துகிட்டு வளர்க்க ஆரம்பிச்சிட்டாங்க ,

இப்படி தாய்மைக்கே உண்டான குணங்கள்ள அவங்க தவறவே மாட்டாங்க ,என்னுடைய அம்மா மட்டுமில்ல எல்லாருடைய அம்மாவும் இப்படிதான் இப்படி மகிழ்ச்சியாக சென்றுக்கொண்டிருந்த என்வாழ்க்கைல நான் எனது நண்பனை இழக்கனும்னு விதி இருந்திருக்கு என்றால் விதியை மாற்றமுடியுமா என்ன??

ஊர்ல நாய் பிடிக்குற வண்டி வந்திருக்கும்போல அந்த நேரம்தான் நான் ஜிம்மியையும்/மணியையும் குளிர்பாட்டிட்டு பெல்ட்ட கட் பண்ணி புது பெல்ட் போடலாம்னு காத்திட்டிருந்தேன் ஒரு டம்னு

சவுண்டு கேட்டுச்சி தெருவுக்கு வந்து பார்த்தால் எனக்கு மயக்கம் வரப்போல ஆகிடுச்சி நா பார்த்தது ஒரு கடந்துபோகும் கனவாக இருந்திடக்கூடாதா அப்டின்னுலாம் எனக்கு தோணுச்சிங்க ஆமாங்க அவங்க என்னோட ஆசைகதாநாயகனையும் அவனோட மகனையும் பாதாரசம்குண்டுகள் நிரப்பிய துப்பாக்கியால சுட்டுக்கொண்ணுட்டாங்க,

என்னோடஅம்மா நான் எல்லாமே சண்டப்போட்டு பெரிய பிரச்சனை பண்ணிட்டோம் ஒரே ஒரு வார்த்தை கழுத்துல பெல்ட் இல்ல அதனால சுட்டுக்கொண்ணுட்டோம்னு நாய் புடிக்கிற கார்ப்பரேஷன் ஆளுங்க சொல்லிட்டாங்க

,வாழ்க்கைல நான் பார்த்த முதல் துயர சம்பவம் நான் ஆசை ஆசையாக வளர்த்த ,என்னில் பாதியாக வளம் வந்துக்கொண்டிருந்த என்னோட தளபதி ய கொண்ணுட்டாங்க ,இனி யாரு எனக்கு ஆறுதலாக இருப்பா ??இனி யாரு என்மேல தூய்மையான அன்பை பொழியுவா??இனி யாரு நா *hostel la* இருந்து வந்தால் என்கூட பாசப்போராட்டம் பண்ணுவா ??இனியாரு என்கூட *Football /Cricket* லாம் விளையாடுவா ??இனி யாரு நா கவலைப்பட்டால் பக்கத்துல இருந்து நக்கி ஆருதல் சொல்லுவா??இனி யாருக்கு நா ஆசை ஆசையா

உணவு வவைப்பேன் ?? இப்படி நா பொலம்ப ஆரம்பிச்சிட்டேன் ,என்னோட அம்மா என்ன அதுல இருந்து மீண்டுவர நிறைய மாத்துனாங்க ,இதுக்காகதான்டா தம்பி நான் நாய் வளர்க்கவேண்டாம்னு சொல்லிட்டே இருந்தேன் நானே அவனோட தாக்கத்துல இருந்து மீள Late ஆகும்டா தம்பி நீ இனி படிக்கனும் ,வேளைக்கு போகனும் அதுக்கு மனச ஒருநிலைப்படுத்தி ஆயத்தமாகனும் ஆக உனக்கான பொறுப்புகள் இருக்குப்பா அதோட ஆயுள்காலம் அவ்ளோதான்னு சொல்லிட்டு என்ன மாத்த முயற்சிப்பண்ணுனாங்க

இதுக்கு மேல நீ நாய் வளர்க்கனும்ன்னா கல்யாணம் ஆகி என் கடமைகளை கொஞ்சம் முடிச்சிட்டு வளத்துரக்கோடா தம்பின்னு சொல்லிட்டாங்க 2008 ல ஜிம்மி இறந்துச்சி இப்போ 2022 இதோட 14 வருடங்கள் ஆகிடுச்சி இந்த 14 வருடத்துல ஜிம்மியின் முக சாயல் கொண்ட எந்த ஒரு நாயை பார்த்தாலும் நா கொஞ்சம் ஏக்கமாக போவேன்

அன்புள்ள ஜிம்மிக்கு :

எனதருமை நான்குகால் கொண்ட பாசமிகு நண்பா,உன்னை எண்ணி நான் பட்ட கவலைகள் ஏராளம்,நீயோ நிம்மதியாக சென்றுவிட்டாய் என்ன ஒன்று?? என்னில் உன் நினைவை

அழுத்தமாய் பதித்துவிட்டு சென்றுவிட்டாய் உனது இடத்தை யார்வேண்டுமானாலும் நிரப்ப முயற்சிக்காலாம் ஆனால் எல்லாருமே நீ ஆகிவிடமுடியாதுடா எனதருமை குண்டுப்பயலே ஜிம்மி

அனைவருக்கும் வணக்கம் ஒரு நாய்க்காகவா புத்தகம் என்று நீங்கள்அனைவரும் நினைக்கலாம் ஆனால் அது நாய் என்பது உங்களின் பார்வைக்கு ,எனது பார்வைக்கு (அவன்/அவள்) எனது நண்பன், நான் ஜிம்மியை இழந்ததைப்போல பலர் இழந்திருப்பீர்கள் என்று நினைக்கிறேன் படிக்கும்போது பல தீரன்களுக்கு பல ஜிம்மிகள் நினைவிற்க்கு வரலாம்,இக்கதை உங்கள்ஜிம்மிக்கு நீங்கள் எழுதியது போல நினைத்து படித்துமுடித்துவிடுங்கள் பாரமாவது போகட்டும்

ஒரு வேளை நான் எதிர்காலத்தில் நல்ல நான்குகால் நண்பனை சந்திக்கலாம் அவனோட பழகலாம் அப்படி ஒரு நான்குகால் நண்பன் கிடைத்தால் கண்டிப்பாக மீண்டும் ஜிம்மி அல்லது ப்ரியமுடன் குஷி எனும் தலைப்பு கொண்ட புத்தகத்தில் சந்திக்கலாம் நன்றி, வணக்கம்

ப்ரியமுடன்
கா.தீரன்

அடுத்து வரும் படைப்புகள்
1.அரசியல் பழகு
2.தீராத இரவு (க்ரைம்)
3.தந்திரமே தாரகம் (கொள்ளை /த்ரில்லர்)

அசிரியரின் முந்தைய படைப்புகள்